தாலி ஒரு மாயை

ஆணாதிக்க குறியீடு

நல்லூரான்

சிறு நூல்

"தாலி ஒரு மாயை...

- ஆணாதிக்க குறியீடு..."

நல்லூரான்

மின்னஞ்சல் முகவரி: nalluraan4@gmail.com

முக நூல் ; nalluraan @facebook

Cell no:7010267361

பொருளடக்கம்

அணிந்துரை

தமிழ்ச்சமூகத்தின் பெண்ணடிமைத் தனத்திற்கு முதன்மை அடையாளமாக இருக்கக்கூடிய தாலியை மையப்படுத்தி தனது தெளிவான விமர்சனத்தை முன் வைத்திருக்கிறார் "தாலி ஒரு மாயை" நூலாசிரியர்.

அவருடைய வார்த்தைகளில் சொல்வதென்றால் தாலி இங்கு ஒவ்வொரு ஜாதிக்கும் என்னென்ன வடிவங்களில் உள்ளது என்பது பற்றிய கலாச்சார பண்பாட்டு ஆய்வோ அல்லது தாலி தோன்றிய வரலாறு குறித்த குறித்தோ பேசவில்லை. இன்றும் தாலியெனும் ஒரு அடையாளம் பெண்ணை எப்படி ஒரு அடிமை நிலையில் வைத்திருப்பது என்பது பற்றியே இந்நூலின் ஆசிரியர் பேசுகிறார்.

அவரது சிந்தனையும் எழுத்தும் அது குறித்துத் தெளி-வாக விரிவாக விமர்சிக்கிறது. திருமணத்தின் அடையா-ளமாக ஏதோ ஒரு அணிகலன் எல்லாச் சமூகங்களிலும் எல்லா மதங்களிலும் இன்றளவும் இருந்து வருகிறது. ஆனால் இங்கு மட்டுமே திருமண அடையாளமான தாலி-யைப் போல் வேறெதுவும் வேறு எந்த மதத்திலும் சமூகத்தி-லும் கொண்டாடப்படவில்லை.

அதுபோல குற்றவுணர்ச்சிக்கான காரணியாகவும் இருக்-கவில்லை. கால சமூக மாற்றங்களுக்கு ஏற்ப திருமண அடையாளச் சின்னமாக இருந்தது மாறி தற்போது ஒரு அணிகலன் என்ற அளவில் மட்டுமே இருக்கிறது. ஆனால் இந்திய தமிழகச் சூழலில் தாலியின் பெருமையும் புனிதமும் முக்கியத்துவம் கூடிக்கொண்டே போகிறது. அதற்குக் கார-ரணமாக எண்பதுகளில் வந்த பல திரைப்படங்களைச் சுட்-டிக்காட்டி விமர்சிக்கிறார். பெரும்பாலும் திரைப்படம் சமூ-கத்தைப் பிரதிபலிக்கும் தவிர திரைப்படத்தை சமூகம் வெகு குறைவாகவே பிரதிபலிக்கும்.

அன்றைய சமூக மனநிலையும் ஆணாதிக்கமும் பெண்-களின் படிப்பறிவற்ற நிலைமையும் அத்தகைய கருத்தாக்கத்-

திற்குக் காரணமாக அமைந்திருந்தது. அதேபோல் திரைப்-
படத்திற்கு இணையாக அன்றைய சமய ஆன்மீக இலக்-
கியவாதிகளும் மதத்தை கலாச்சாரத்தைக் கட்டிக் காப்பாற்ற
திருமணத்தின் அருமை தாலியின் பெருமை என்றெல்லாம்
பேசி சாதிக் கட்டுமானம் உடைபடாமல் சனாதான மதத்தைக்
காப்பாற்றி வந்தார்கள். வெளிப்படையாக தாலி திருமணத்-
தின் குறியீடாக இருந்தாலும் மறை பொருளாக அது சாதி-
யத்தைக் குறிக்கும் சாதியத்தை காப்பாற்றும் காரணியாகவே
இருந்து வருகிறது.

சாதிக்கலப்பு ஏற்பட்டால் சனாதன மதம் ஏற்படுத்தி
வைத்துள்ள நால் வருணக் கோட்டை உடைந்து சிதைந்து
விடும். அதனால் தாலியெனும் சாதியச் சங்கிலியால் குடும்ப
அமைப்பைக் கட்டுக்கோப்பாக வைத்திருக்க இந்த மதவாதி-
கள் முனைப்பாக இருக்கிறார்கள்.

இதுநாள் வரை அவர்கள் கொண்டாடி வந்த தாலியின்
புனிதப் பிம்பத்தை எல்லாம் பெரியார் என்ற ஒற்றை மனிதர்
தனியொருவராகவே உடைத்தெறிந்தார். "பெண் ஏன் அடி-
மையானாள்?" என்ற ஒரு சிறு புத்தகம் நெருப்புப்பொறி
போல் இன்றும் பற்றி எரிந்து கொண்டிருக்கிறது. அவர்
முன்னெடுத்த கருத்துகளை அவர் வழி வந்த அரசால்
சட்டரீதியாக நடைமுறைப்படுத்தத் தொடங்கியதிலிருந்து
தாலிக்கு ஏற்றிய புனிதப்பூச்சுகள் மெல்ல உதிரத் தொடங்-
கியது. சீர்திருத்தத் திருமணங்கள் பெருமளவில் தாலி இன்-
றியே நடைபெறுகின்றன.

அதுமட்டுமன்றி இன்றைய பெண்களின் கல்வி வேலை-
வாய்ப்புகளும் அவர்களின் மனநிலையைப் பெரிதளவில்
மாற்றியிருக்கிறது. எப்போது மஞ்சள் கயிறு மாறி தங்கச்
சரடு வந்ததோ அப்போதே மதவாதிகள் ஏற்றிவைத்த புனிதம்
மங்கத் தொடங்கிவிட்டது.

நூலாசிரியர் தாலிக்கான முக்கியத்துவம் தொடர்வதற்-
கான இரண்டு காரணங்களைக் குறிப்பிடுகிறார். ஒன்று
கண்மூடித்தனமான மத நம்பிக்கை. இது தொடர்வதற்கான
காரணம் சமூகம் தாலியின் அவசியம் குறித்துச் சிந்திப்பதும்

விமர்சிப்பதும் இல்லை.

அது வழிவழியாக வரும் ஒரு சடங்கு ஒரு சம்பிரதாய செயல் என்ற அளவிலே அதைத் தொடர்ந்து கொண்டிருக்-கிறது. அதைக் குறித்து நாம் அதைக் குறித்த விமர்சனங்-களை தொடர்ந்து எழுப்பி வந்தால் அவர்கள் சிந்திக்கத் தொடங்குவார்கள். பின்னர் மாற்றம் மெல்ல மெல்ல நிகழும். அந்த நம்பிக்கையில் தான் ஆசிரியர் இச்சிறு தீப்பொறியைப் பற்ற வைத்திருக்கிறார்.

நூலாசிரியர் குறிப்பிடும் இரண்டாவது காரணம் சமூகத்-தில் மத ஆன்மீக சொற் பொழிவாளர்களால் பரப்பப்படும் போலியான சமூக விஞ்ஞானம். சமீப காலங்களில் இப்படி பலதரப்பட்ட தீடீர் விஞ்சானிகள் தோற்றி தீவிரமாகச் செயல்பட்டு வருகிறார்கள் என்பதில் சந்தேகமில்லை. முன்-னோர்கள் ஒன்னும் முட்டாள்கள் இல்லை என்கிற கோஷத்-தோடு நடைமுறையில் சாதாரணமாக உள்ள செயல்களுக்கு எல்லாம் நவீன விஞ்ஞான விளக்கங்களைக் கொடுக்கத் தொடங்கியுள்ளார்கள்.

சுயமாகச் சிந்திக்காத சமூகத்தில் இத்தகைய பொய்ப் பிரச்சாரங்கள் பின்னாளில் மோசமான விளைவுகளையே உண்டாக்கும். உதிரிச் செய்திகளையே ஆராய்ச்சிக் கட்டு-ரைகள் என்று நம்பும் மூளைச் சோம்பேறிகள் நிறைந்த சமூ-கமாகிவிட்டது தமிழ்ச் சமூகம். பிற்போக்கு சாதி மதவாதி-களின் பொய்களை உடனடியாகக் கட்டுடைக்க வேண்டி-யது மார்க்சிய, பெரியாரிய சிந்தனையாளர்களின் கடமை. அதனைத்தான் நூலாசிரியர் செய்யத் தொடங்கியுள்ளார்.

மஞ்சள் கயிறு கழுத்தில் உரசினால் தைராய்டு வராது. நெஞ்சில் உரசினால் காச நோய் வராது என்கிற கதைதான் மதவாதிகள் பரப்பும் நவீன விஞ்ஞானம். இதைவிடக் கொடுமை தாலி மார்பில் உரசினால் கணவனுக்கு துரோகம் செய்யும் நினைவே வராது என்பது. இரண்டாயிரம் வருடங்-களுக்கு முன்பே வள்ளுவர் சொன்ன "சிறைகாக்கும் காப்பு என் செய்யும் மகளிர் நிறை காக்கும் காப்பே தலை" எனும் வார்த்தைகளை மறந்து விட்டார்கள் போலும். கற்பெனில்

அதை இரு பாலருக்கும் பொதுவில் வைப்போம் எனும் பிர-
கடனும் நிறை வேறாமலே இருக்கிறது.பெண்ணுக்கு நினை-
வூட்டுவதைப் போல் ஆணுக்கும் மனைவியைக் குறித்து
நினைவூட்ட எங்கேனும் ஒரு ஆபரணத்தை அடையா-
ளத்தை கட்டி வைக்கலாமே என ஆசிரியர் கேள்வி எழுப்-
புவது நியாயமானதே.

ஆக மொத்தம் தாலி என்பது பெண் தனி ஒருவரின்
சுகபோக உடமை சாதிய பெருமையை சுமக்கும் வளர்த்தெ-
டுக்கும் அடிமை.

இந்த மானுட சமூகத்தில் ஆணுக்கு இணையாக பெண்-
ணும் வாழ வேண்டுமே தவிர ஆணுக்கு அடிமையாகவோ
அண்டிப் பிழைப்பவராகவோ கண்டிப்பாக வாழக் கூடாது
எனும் கருத்தையே நூலாசிரியர் தனது நூலின் மையமாக
வைத்து உள்ளார். தாலி அடையாளச் சின்னமா? அவமா-
னச் சின்னமா? என்பதை இன்றைய இளைய தலைமுறை
யோசித்துப் பார்க்க வேண்டும். ஒரு ஆணுடன் இணைந்து
வாழ காதலும் ஒத்த சிந்தனைகள் மட்டுமே போதும். இத்த-
கைய சமய சடங்குகள் தேவையில்லை என என்னால் உறு-
திபட கூற முடியும்.

ஏனெனில் எனது இணையருடன் எனது மணவாழ்க்கை
தாலி இன்றியே தொடங்கி இன்று வரை இனிய இல்ல-
றமாகத் தொடர்கிறது. அதனால் இதைச் சொல்லும் தகுதி
எனக்கு இருப்பதாக நினைக்கிறேன். தோழர் தொடர்ந்து
இதுபோல் சமூக சமய அழுக்குகளை களையும் மார்க்சிய
பெரியாரியச் சிந்தனைகளைத் தொடர்ந்து எழுத வாழ்த்து-
கள்.

ம.ஆ. சிநேகா
வழக்கறிஞர்

வேலூர்

மதிப்புரை-1

'தாலி' என்னும் அடையாளம்,பண்டைய தமிழ் சமூகத்-
தில் இருந்ததாக வரலாறு இல்லை. அது பெண்ணை அடி-
மைப்படுத்த வலிந்து திணிக்கப்பட்ட குறியீடே ஆகும். கிரா-

மங்களில் மாட்டைக் கட்டுப்படுத்த மூக்கணாங்கயிறு போல பெண்களைக்கட்டுக்குள் வைத்திருக்க உருவாக்கப்பட்டதே 'தாலி' ஆகும்.

தாலி என்பது திருமணமான பெண்களின் அடையாளம் எனில் திருமணமான ஆண்களுக்குளென்ன குறியீடு இருக்-கிறது?மேலும் 'தாலி' என்பது பெண்களுக்கு பாதுகாப்பு;அது பிற ஆண்களின் காமப்பார்வையில் இருந்து பாதுகாக்கும் அரண் என நடைமுறைக்கு ஒவ்வாத வாதம் கூட முன் வைக்கப்படுகிறது.இதன் மூலம் பெண் எப்பொதுமே வலிமை-யற்ற பாதுகாக்கப்பட வேண்டிய உயிராகவே முன் நிறுத்-தப்பட்டு,அவரின் சுயம் மறுக்கப்படுகிறது.ஒரு பெண்ணின் அறிவும் மன உறுதியும் செய்ய முடியாததை ,ஒரு கயிறு செய்து விட இயலுமா?பெண்ணின் மதிப்பு அக்கயிறுக்கும் கீழானதா?

இந்நூலில் நல்லூரான் அவர்கள் கூறுவதைப்போல 'மதங்கள் அனைத்துமே பெண்களை ஆணுக்கு அடிமையாக வைப்பது எனும் கொள்கையில் ஒற்றுமையாக இருப்ப-தால்,இந்த தாலிப்பண்பாடு இயல்பாக உள்ளது. திருமணம் மதம் சார்ந்த நிகழ்வாக இருக்கும்வரை தாலியை இவர்கள் விடப்போவதில்லை. தாலியை மத அடிப்படையில் ஏற்றுக் கொள்பவர்களுக்கு வாதங்களால் நிரூபிப்பதே விட திருமண வாழ்வுக்கும் தாலிக்கும் எந்த சம்பந்தமும் இல்லை என்பதை வாழ்ந்து காட்டி நிரூபிப்பதே சரியாக இருக்கும் என்கிறார்.

ஆசிரியரின் கூற்றுக்கு சான்றாக எங்களுடைய அனு-பவங்களை பகிர்தலே பொருத்தமானதாக அமையும். என் அம்மா வழி தாத்தா பெரியாரிய சிந்தனையில் ஈடுபாடு உடையவர் என்பதால், இச்சமூகத்தில் வலிந்து திணிக்கப்ப-டும் சடங்கு சம்பிரதாயங்களை மறுத்த வாழ்க்கை என்பது இயல்பாக போனது. எனது அம்மா இருந்த காலம் வரை தாலி மெட்டி அணிந்து நாங்கள் பார்த்ததில்லை.திருமண வாழ்வில், எனது நிலையும் அத்தகையதே. கணவரின் குடும்பத்தார், ஆன்மிகப் பற்று உடையவர்கள் என்பதால் சில சங்கடங்களை சந்திக்க நேர்ந்தது.இருப்பினும் எனது

உறுதியோடும் என் இணையரின் உறுதுணையோடும் தாலி, மெட்டி, குங்குமம் இல்லாத திருமணமான பெண்ணாகவே வீட்டிலும் வெளியிலும் இருக்க முடிகிறது. என் இணையரின் கிராமத்திலும் இவைகள் எதுவும் இல்லாமலே என்னை இயல்பாக ஏற்றுக் கொள்ள பழகிவிட்டார்கள்.

மேலும் இந்நூலில் குறிப்பிட்டுள்ளதை போல, தமிழ்-நாட்டில் அறிஞர் அண்ணா ஆட்சியின் பொழுது சீர்திருத்-தத் திருமணம் குறித்த சட்டமே இயற்றப்பட்டுள்ளது. திரு-மணத்தில் இருவர் இணைவதே தீர்மானிப்பது அவர்களது பெற்றோரும் சமூகம்தான்... திருமண நிகழ்வு ஒரு அறி-விப்பே! தாலி இல்லாமல் திருமணங்கள் உலகத்தில் நடந்து கொண்டுதான் இருக்கின்றன. அந்த தம்பதிகளும் ஒருவரு-டன் ஒருவர் அன்பாக இருந்து, குழந்தைகளுடன் நலமாக வாழ்கின்றனர். அவர்களைச் சமூகம் கணவன் மனைவியாக அங்கீகரிக்கிறது. அந்த தம்பதியர் தாலி இல்லாத காரணத்-தால் தறி கெட்டுப் போய்விடவில்லை என்ற ஒரு நடை-முறை உண்மையையும் முன்வைக்கிறார்.

தாலி என்பது பெண்ணை எக்காரணம் கொண்டும் சுய-மாய் சிந்திக்க,செயல்படவிடாத ஒருஆயுதமாகவே பயன்ப-டுத்தப்படுகிறது.

கணவன் குடிகாரனாயினும், கொடுமைக்காரனாயினும், அன்பற்றவனாயினும் அத்தனையையும் சகித்துக்கொண்டு ஏற்றுக்கொள்ள அத்தாலிக்கயிறு பெண்களை பணிக்கிறது; கட்டுப்படுத்துகிறது.

இதனை உணர்ந்துகொண்ட சுயமரியாதை உள்ள இளம் பெண்களும் ஆண்களும் 'தாலி' என்பது தேவையற்றது என்பதை தாண்டி அது பெண்களுக்கு அணிவிக்கப்படும் அடிமைச் சின்னம் என்ற ஆழமான புரிதலே,அவர்களை சமத்துவ சமூகம் நோக்கிய பயணத்தின் முன்னோடியாக நிலைநிறுத்தும்.

-வழக்குரைஞர் நிர்மலா,ஆசிரியர், புதிய பெண்ணியம் திங்களிதழ், செய்திவாசிப்பாளர், பொதிகை தொலைக்காட்சி.

வாசகர் மதிப்புரை-1

ஒன்னரை பவன் தங்கத் தகட்டுல (எங்க ஊர்ல குறைந்தது பத்து பவன்) கணவனோட உடல் பொருள் ஆவி அனைத்தையும் அடக்கம் பண்ணி மந்திரவாதி உயிர் கிளிக்குள்ள இருக்குனு சொல்றமாதிரி புருசன்காரன் உயிர் பொண்டாட்டி தாலிக்குள்ள இருக்குன்னு நம்மள நம்ப வச்சி இன்னமும் அந்த மூடத்தனத்தை காலத்திற்கேற்ற மாதிரி புதுப்பிச்சிக்கிட்டும் பாதுகாத்துக்கிட்டும் இருக்கிறாங்க..

ஆணுக்கு சமமாக பெண்கள் நடத்தப்படாமலிருக்கும் சமூக கட்டமைப்பே இங்கு பெண்ணியம் என்னும் கோட்பாடு உருவாக காரணமாயிருந்தது.

இப்புத்தகத்தின் ஆசிரியர் நல்லூரான் தாலிக்கும் தமிழ் சினிமாவிற்குமான தொடர்பை பின்வரக் கூறுகிறார், "ஆங்கில படங்களுக்கு ஒரு ஹாலிவுட் போல தமிழ் படங்கள் தயாரிக்கும் கோடம்பாக்கத்துக்கு 'தாலிவுட்' என்று பெயர் வைக்கலாம் என ஒரு பேச்சாளர் குறிப்பிட்டார். இது நூற்றுக்கு நூறு உண்மை. தமிழ் சினிமாவில் தாலி பற்றிய வசனங்களும், காட்சிகளும் ஏராளமாக இருக்கும். தாலியை மகா புனிதமாக ஏன் இந்த திரைப்பட துறையினர் காண்பிக்கிறார்கள் என்றால் இன்றைய திரைப்பட உலகிற்கு பெண்ணின் உடல் ஒரு மூலதனம்." பெரும்பாலும் சமூகத்தின் பிரதிபலிப்பாகவே சினிமா இருப்பதால் அனைத்து தரப்பட்ட மக்களிடையேயும் தாலி செண்டுமென்ட் சினிமாக்கள் அதன் தாக்கத்தை கொண்டு சரியாக சேர்ப்பித்திருக்கிறது..

Just like, புருசனுக்காக தீ மிதிக்கிறது, மண் சோறு திங்கிறது, அலகு குத்திக்கிறது etc etc,,, அதிலும் நம்ம தமிழ் சினிமாவுக்கே தாலி செண்டிமெண்ட்ல டப் கொடுப்பது நம்ம சீரியல்கள் தான், அது பற்றி நம்ம எல்லோருக்கும் நல்லாவே தெரியும்ங்றனால #தாலி_ஒரு_மாயை இந்த புக்குக்கு உள்ள இருக்கிற கண்டென்டை பார்ப்போம்..

"அவள் 'தாலி அறுத்தவள்' என்று தமிழ் சமூகத்தில் யாராவது சொன்னால் அதன் அர்த்தம் 'கணவனை இழந்

தவள்' என்பதே. 'கோழியை அறுத்தவர்' என்பது போல தாலியை அறுத்தவர் என்று ஒருவன் புரிந்துகொண்டால் அவனுக்கு தமிழனின் மானங்கெட்ட பண்பாடு புரியவில்லை என்று அர்த்தம்."

தாலி இந்த சமூகத்தில் இன்னுமும் நிலைத்திருப்பதற்கான காரணங்களை இப்புத்தகம் முழுவதும் நல்லூரான் விளக்கியுள்ளார். 'பெண் ஏன் அடிமையானாள்' ஐ முதன்முதலாகப் படிக்கிறவங்க 'தாலி ஒரு மாயை' ஐயும் படிச்சிட்டிங்கன்னா சமூகக் கட்டமைப்பின் இயல்பை எளிதில் புரிந்துகொள்ளலாம்.

சரி, தாலி பண்பாடு நீடித்திருக்க இச்சமூகத்தில் என்னவெல்லாம் காரணங்கள் சொல்லப்படுதுன்னு பார்ப்போம்:

1. மத நம்பிக்கை — அறிவியலுக்கு அப்பாற்பட்ட சில கற்பனை கதைகளையும் புராணங்களையும், அறிவியலுக்கும் முற்றும் முரணான சடங்குகளையும் மதத்தின் அடிப்படையில் காரணம் காட்டுவர். மதங்கள் அனைத்துமே பெண்களை ஆணுக்கு அடிமையாக வைப்பது எனும் கொள்கையில் ஒற்றுமையாக இருப்பதால் தாலியை புனிதப்படுத்தும் செய்கை ஒன்றும் வியப்பில்லை, ஆனால் அம்முட்டாள்தனத்தை பெண்களை நம்ப வைத்ததே அவர்களின் மேட்டிமைத்தனத்தை இன்றளவும் காப்பாற்றி வருகிறது.

2. அடையாளம் வேண்டுமாம் — திருமணமான பெண்களை அடையாளம் காண உதவும் ஆபரணம் தான் என்று விளக்கமளிக்கும் எவரும், சங்க காலத்தில், ஏன் இடைக்காலத்திலும் கூட ஆண்கள் திருமண அடையாளமாக காலில் மிஞ்சி அணிந்திருந்தனர், அந்த பழக்கத்தையும் அடையாளம் காண்பதற்காக இன்றளவும் பயன்படுத்தலாமே. பெண்களின் தாலியை புனிதப்படுத்தியிருப்பதைப் போல ஆண்களின் மிஞ்சியையும் புனிதப்படுத்தியிருக்கலாமே? காலத்திற்கேற்றார் போல் ஆண்கள் தங்களை மாற்றிக்கொண்டிருப்பதைப் போல பெண்களை மாறவிடாமல் அடிமை நிலையிலேயே வைத்திருப்பது ஏது?

3. தாலிதான் வேலியாம் —— கழுத்தில் தாலி இருந்தால் பெண்கள் வேறு ஆடவரை மனதளவிலும் சிந்திக்க மாட்டார்கள், பிறர் மனைவியை எந்த ஆண்மகனும் ஏறெடுத்துப் பார்க்க மாட்டான் ----- படித்தவுடன் சிரித்துவிடவும்.

4. பாதுகாப்பு தருகிறதாம் —— இந்த கருத்துக்கு நான் முற்றிலும் உடன்படுகிறேன். சட்டம் தராத பாதுகாப்பு, அரசு தராத பாதுகாப்பு, காவலர்கள் தராத பாதுகாப்பு, சமூகம் குடும்பம் தராத பாதுகாப்பு இவை அனைத்தையும் சேர்த்து தாலி என்ற ஒற்றை கயிறு தருகிறதென்றால் இன்று முதல் பிறக்கும் பெண் குழந்தைகள், இல்லை இல்லை, ஏன், ஆண் குழந்தைகளுக்கும் தானே பாலியல் சீண்டல்கள் நிகழ்த்தப்படுகின்றன, ஆக, இன்று முதல் பிறக்கும் அனைத்து குழந்தைகளுக்கும் , பாதுகாப்பு தேவைப்படும் அனைவருக்கும் நம் மண்ணின் அடையாளமாம் பண்பாட்டின் மகிமையாம் தாலியை அணிவிப்போம், பாதுகாப்புடன் இருப்போம்..

5. தாலி தமிழ் பண்பாடாம் —— செல்போன்ல மொழியைத் தமிழுக்கு மாற்றினால் முழிபிதிங்கிப்போய் நிற்கும் சூழலில் தமிழ் பண்பாட்டைக் காக்கும் எம் மக்காள், வாங்க நாம எல்லாம் முதல்ல பிழையின்றி தமிழ் பேச எழுத படிப்போம் ..

தாலி கலாச்சாரத்தைக் காப்பாற்ற மேற்கூரிய பல காரணங்கள் இருப்பினும், தாலி யாருக்குத் துணையாக நிற்கின்றதுன்னு பார்த்தொமேயானால்,

• கட்டாய திருமணத்திற்கு • ஏமாற்றுக் காரர்களுக்கு

• குழந்தைத் திருமணத்திற்கு

இவற்றை தவிர பெண்களுக்கு வேறு எந்த வகையில் தாலி உதவுகிறது? மிஞ்சி மிஞ்சி போனால் தங்கத்தில் தாலி போடுகிறவர்கள் பொருளாதாரத் தேவைக்கு அடகு வைத்துக்கொள்ளலாம், ஆனால் அந்த கேப்ல புருசங்காரனுக்கு சின்னதா சொறி சிரங்கு வந்தாக்கூட தாலியைக் கழட்டினதால சாமி குத்தமாகிடுச்சி மாங்கல்ய தோஷமாகிடுச்சி அபசகுணமாகிடுச்சுன்னு பேசுவாங்க. ....

இவைகளுக்கெல்லாம் மேலான விடயம் என்னண்ணா, தாலி கட்டிட்டா போதும், குடிகாரனோ நல்லவனோ கெட்டவனோ சந்தேகப்பிராணியோ அதையெல்லாம் பெண்கள் சகிச்சிக்கிட்டு அவன் கூடவே வாழணும், அவனைத் திருத்தி நல்வழிப்படுத்தணும் என்பது இங்கு எழுதப்படாத விதி, அது போலவே எவ்வளவு படிச்சிருந்தாலும் வசதியிருந்தாலும் வெளிநாட்டுலேயே வளர்ந்திருந்தாலும் ஒருத்தன் தாலி கட்டி மனைவியாக்கின அப்புறம் முதல் சீன்ல வெள்ளைக்காரி மாதிரி இருந்த பொண்ணு அடுத்த சீன்லயே மறத்தமிழச்சி ஆகிடணும், முறத்தால் புலியை துரத்தித் துரத்தி அடிக்கணும்..

ஒரேயொரு புத்தகம் இருபதே இருபது பக்கங்கள்
TOTAL தாலி SENTIMENT IS COMPLETELY DAMAGED

-கே.கவிதா (வாசிப்பை நேசிப்போம்)

<u>வாசகர் மதிப்புரை-2</u>

ஏன்? எதற்கு? என்று கேள்விகளை எழுப்பாமல் நாம் பின்பற்றி வரும் பல சடங்கு சம்பிரதாய முறைகளில் முதன்மையாக இருப்பது தாலி!

ஒரு கயிறால் ஆன ஆபரணம் தாலி.... ஆணின் கைபட்டதும் எப்படி புனிதமாக மாறிப்போகிறது? ஆண் என்ன கடவுளா?

இப்படி இதுவரை சிந்திக்காத பல விஷயங்களை சிந்திக்க வைத்த புத்தகம்.

ஒரு பெண் எதற்காக #தாலி அணிய வேண்டும்??

ஓஹோ! சமூகத்தில் குழப்பம் வந்துவிடுமா?

திருமணமான ஒரு பெண்ணை திருமணம் ஆகாதவர் என்று எண்ணி காதலித்து விடுவார்களா?

கழுத்தைப் பார்த்து விட்டு காதலிக்கத் தொடங்கும் ஒருதலைக் காதலுக்கு (தறுதலை காதலர்களுக்கு) இப்போதைக்கு ஒரு அறிவுரை சொல்லி வைப்போம். கண்டதும் காதல் என்பதெல்லாம் காவியத்தில் தான் நடக்கும். ஆணாக இருந்தாலும் சரி பெண்ணாக இருந்தாலும் சரி

எதிர்ப்பாலாரை நன்கு புரிந்த பின்பு காதல் செய்ய வேண்-
டும்.

ஒரு பெண் திருமணம் ஆனவரா இல்லையா என்பதை அறிவது அவ்வளவு பெரிய பிரச்சனை இல்லை. திருமண அடையாளம் இல்லாத ஆண்களை திருமணம் ஆனவரா? ஆகாதவரா? என்று எப்படி தெரிந்து கொள்கிறீர்களோ அப்-படியே தெரிந்துகொள்ளலாம்.

(பாரம்பரியம், சடங்கு, சம்பிரதாயம் என்று தூக்கிக் கொண்டு வராதீர்கள்! மிஞ்சியை (மெட்டியை) மறந்து வாழ முடிந்த உங்களால் தாலியை மறக்க முடியவில்லை எனில் இங்கு ஆணுக்குப் பெண் சமம் இல்லை என்பதுதான் அர்த்-தம்)

-ஜான்சி லஷ்மி தீனதயாளன்

மின்னஞ்சல்

வணக்கம் ஐயா,

இன்று தான் உங்களுடைய "தாலி ஒரு மாயை" எனும் நூலைப் படிக்கும் வாய்ப்பைப் பெற்றேன்.

எவ்வளவோ பெண்ணியம் சார்ந்த கருத்துக்களைக் கேட்டிருந்தாலும், படித்திருந்தாலும் எனக்கும் தாலி என்ப-தன் மீது ஒரு பெரும் விருப்பம் இருந்தது.

இந்நூல் வாசிப்பிற்குப் பின்பு தான் ஒரு நல்ல புரிதலும் தெளிவும் கிடைத்திருக்கிறது. நிச்சயமாக மாயை கடந்து நிசத்திற்கு வருவேன் என நம்புகிறேன்.

இருபது பக்கங்களுக்குள் இருபது நூற்றாண்டுகளின் தாலி சார்ந்த கருத்துக்களைப் படித்தது போல் இருந்தது இந்த வாசிப்பு.

இன்னும் நிறைய புத்தகங்களை இந்த தமிழ்ச் சமூகத்-துக்குத் தர என் வாழ்த்துக்களும், பேரன்பும் ஐயா..

மகிழ்வில்,

காவியா சரவணன்,

07.10.2020

முன்னுரை

ஒரு சமூகத்தின் நிலையையும், அதன் வளர்ச்சியையும் தீர்-மானிக்கும் காரணிகளில் பாலின சமத்துவமும் ஒன்று. சமூ-கத்தின் சரிபாதியாக இருக்கும் பெண்கள், ஆண்களுக்குச் சமமாக அனைத்துத் துறைகளிலும், பொருளாதாரம், கலாச்-சாரம், அரசியல் என அனைத்துத் தளங்களிலும் செயல்-படுவதற்கு ஏற்ற சூழல் ஒரு சமூகத்தில் இருப்பின், அந்த சமூகம் உறுதியாக முன்னேறும்; வளரும் .

இயற்கை மனித இனத்தை உற்பத்தி செய்ய உருவாக்-கிய வேலைப் பிரிவினையில், ஆண்களுக்கும் பெண்களுக்-கும் இடையே, உடலில் வேறுபாடுகள் இருக்கலாம். சிந்-திப்பதில் வேறுபாடு இல்லை. விஞ்ஞான வளர்ச்சியும், அது உருவாக்கிய கருவிகளும் அவ்வேற்றுமையை புறம் தள்ளி இருபாலரும் அனைத்துத் துறைகளிலும் சமமாக பங்குபெற வாய்ப்பினை உண்டாக்கியுள்ளது.

ஆனால் மனித சிந்தனையில் உள்ள பழைய கருத்-தாக்கங்கள், மத தத்துவங்கள், கலாச்சாரங்கள் பெண்களை ஆணுக்குச் சமமாக நடத்துவதற்கு தடையாகவே இருக்-கின்றன. அதனை உணர்ந்து நீக்கும்போதுதான் பாலின சமத்துவம் இச்சமூகத்தில் மலரும்.

இந்த உண்மையின் அடிப்படையில் திருமண சடங்கு-களில், பாலின சமத்துவத்தை மறுத்து நிகழ்ந்துவரும் தாலி கலாச்சாரத்தைபற்றிய ஒரு விமர்சனமே இச்சிறு நூல்..

1994 ஆம் ஆண்டு 'தாலி ஒரு விமர்சனம்' எனும் தலைப்பில் 'விழுது' இலக்கிய இதழில் கட்டுரையாக-வும்,1999 ஆம் ஆண்டு 'அறிவியல் நோக்கில் தாலி' என அறிவியல் இலக்கிய மைய வெளியீடாகவும் வெளி வந்-தது இந்த சிறு நூல்.அப்போது முற்போக்கானவர்கள் குறிப்-பாக ஆண் வாசகர்கள் மத்தியில் இருந்து அதிகம் நேர்மறை விமர்சனங்கள் வரப்பெற்றது.தொடர்ந்து எனது திருமணம் உட்பட 'அறிவியல் இலக்கிய மைய' தோழர்கள் சிலரின்

தாலி மறுப்பு சாதி மறுப்பு திருமணங்கள் நடைபெற்றன.

2019- இறுதியில் சிறிய மாற்றங்களுக்கு பிறகு அமே‌சானில் மின்னிதழாக வந்த இச்சிறுநூல் , பெண் வாசகர்கள் மத்தியில் இருந்து கூர்மையான நேர்மறை மதிப்பீடுகளை பெற்றுள்ளது. டிசம்பர் 2020 ல் 'அறிவுச்சுடர் வெளியீட்ட‌கம்' இதனை அச்சில் கொண்டு வந்துள்ளது.

அச்சில் வெளி வர முன்முயற்சி எடுத்த திருச்சி பி. இரெ .அரசெழிலன்,முன்னட்டை ஓவியம் வரைந்த வழக்கு‌ரைஞர் பெ.தமயந்தி ,மதிப்புரைகள் வழங்கிய வழக்குரைஞர் நிர்மலா, வழக்குரைஞர்ம.ஆ. சிநேகா ,வாசகர்கள்கே.கவிதா (வாசிப்பை நேசிப்போம்),ஜான்சி லஷ்மி தீனதயாளன் மற்‌றும் வரவேற்ற அனைவருக்கும் நன்றி!

வாசகர்கள் மதிப்புரையுடன் இம்மின்னூல் புதுப்பிக்கப்‌பட்டுள்ளது.வரலாற்றை பின் இழுக்கும் சக்திகளுக்கு எதி‌ரான கருத்துப்போரில் இச்சிறு நூல் துணை நிற்குமாயின் மகிழ்வேன்.

22-03-2021

– நல்லூரரான்
சமயநல்லூர், மதுரை

பெண்கள் ஒரு சமூகத்தில் எந்த நிலையில் வைக்கப்-பட்டு உள்ளார்கள் என்பதே அச்சமூகத்தின் வளர்ச்சியை தீர்மானிப்பதாக உள்ளது. ஒரு நாட்டின் சமூக பொருளாதார கலாச்சார வளர்ச்சியும் ,மாற்றமும் பெண்கள் அத்தளங்களில் எந்த அளவுக்கு பங்கு கொள்கிறார்கள் என்பதைப் பொறுத்தே அமைகிறது. தனியார் மற்றும் அரசுத்துறை நிறு-வனங்களிலும், அரசியலும், கலை இலக்கிய துறையிலும் பெண்கள் இன்று பங்கு பெற்றாலும் ஆண்களின் எண்ணிக்-கையோடு ஒப்பிடுகையில் பெண்களின் எண்ணிக்கை குறை-வுதான். பெரும்பாலும் பெண்கள் குடும்பத்திற்கு மட்டுமே உழைத்து வாழும் நிலையில்தான் சமூகம் உள்ளது. இந்த நிலைமை இந்த சமூகத்தின் வழி வளர்ச்சிக்கு ஒரு முட்டுக்-கட்டையாக உள்ளது.

ஆணுக்குச் சமமாக சமூகத்தில் பெண்கள் நடத்தப்படு-வதில்லை என்பதை பல்வேறு நடைமுறைகள், பழமொழி-கள், சொல்லாடல்கள் மூலம் நாம் நிரூபிக்கலாம். ஆனால் இவை அனைத்தையும் விட திருமணத்தின் போது கட்டப்-படும் 'தாலி' பெண்ணடிமைத் தனத்தின் ஓட்டுமொத்த உரு-வமாக, கண்ணால் காணக்கூடிய, சுட்டிக்காட்டப் படக்கூடிய எடுத்துக்காட்டாக உள்ளது.எனவேதான் தாலியை பற்றிய விமர்சனம் தேவையாக உள்ளது.

இங்கு இன்னொரு விஷயம். ஆங்கில படங்களுக்கு ஒரு ஹாலிவுட் போல தமிழ் படங்கள் தயாரிக்கும் கோடம்-பாக்கத்துக்கு 'தாலிவுட்' என்று பெயர் வைக்கலாம் என ஒரு பேச்சாளர் குறிப்பிட்டார். இது நூற்றுக்கு நூறு உண்மை. தமிழ் சினிமாவில் தாலி பற்றிய வசனங்களும், காட்சிகளும் ஏராளமாக இருக்கும். தாலியை மகா புனிதமாக ஏன் இந்த திரைப்பட துறையினர் காண்பிக்கிறார்கள் என்றால் இன்-றைய திரைப்பட உலகிற்கு பெண்ணின் உடல் ஒரு மூல-

தனம்.எனவே தமிழ் சினிமாவும் விமர்சனத்துக்கு உள்ளாகி-
றது.

தாலிகட்டி திருமணம் செய்து கொண்டவர்களை இழிவு-
படுத்துவதோ, கேலி செய்வதோ இக்கட்டுரையின் நோக்கம்
அல்ல. கருத்தளவில் தாலி பெண்களை இழிவுபடுத்தும்
ஒரு ஆபரணம் என்பதை சுட்டிக்காட்ட முயல்வதே முதன்-
மையான நோக்கம். இதை ஏற்றுக்கொண்டு உண்மைக்காக
எதையும் எதிர்க்க துணியும் இளைய சமுதாயம் அதை
நடைமுறைப்படுத்த வேண்டும் .

தாலி=கணவன்

அவள் 'தாலி அறுத்தவள்' என்று தமிழ் சமூகத்தில்
யாராவது சொன்னால் அதன் அர்த்தம் 'கணவனை இழந்-
தவர்' என்பதே. 'கோழியை அறுத்தவர்' என்பதுபோல்
தாலியை அறுத்தவர் என்று ஒருவன் புரிந்துகொண்டால்
அவனுக்கு தமிழனின் மானங்கெட்ட பண்பாடு புரியவில்லை
என்று அர்த்தம். ஒரு தமிழ் படத்தில் முகத்தில் அரை
வண்டி பவுடர் அடித்து, பெரிய பொட்டு ஒன்றை நெற்றியில்
வைத்து, உதட்டில் சாயம் பூசி, வெள்ளிக்கிழமை காலை
,ஏதாவது ஒரு சிலையின் முன் நின்று, 'என் தாலியை
நீதான் காப்பாற்ற வேண்டும்' என்று ஒரு நடிகை வசனம்
பேசினால், அவள் 'தன் கணவனைக் காப்பாற்ற வேண்டும்'
என சொல்கிறாள் என்பதை என்பதை தமிழ் கூறும் நல்லு-
லகம் புரிந்துகொள்ளும்! அதாவது தாலி= கணவன்.

எனவே, இந்த இடத்தில் நாம் ஒன்றை தெளிவாக
சொல்லிவிடுவோம். நாம் விமர்சிக்கப் போகும் 'தாலி' என்-
பது ஓர் உயிர் இல்லாத பொருள். அதற்கு அர்த்தம்
கணவன் அல்ல.ஜாதிக்கேற்ப ஏதாவது ஒரு சின்னத்தில்
வடிவமைக்கப்பட்ட தங்க உலோகம்,அல்லது மஞ்சள் துண்டு
இணைக்கப்பட்ட நூல் கயிறு,அல்லது தங்கச்சங்கிலி அல்-
லது இன்னும் பொதுவாக சொல்லப்போனால் இந்த சமூகத்-
தில் திருமணம் நடக்கும்போது அதனை அடையாளப்படுத்த
ஆண், பெண்ணுக்கு கழுத்தில் அணியும் ஒரு ஆபரணம்
.இந்த அர்த்தத்திலேயே கட்டுரை முழுக்க இந்தச் சொல்லை

புரிந்து கொள்ளுமாறு வாசகரை கேட்டுக்கொள்கிறோம்.

நம் மக்களிடையே தாலி ஒவ்வொரு ஜாதிக்கும் என்னென்ன வடிவங்களில் உள்ளது, திருமணத்தின் போது அதை எப்படி கட்டுகிறார்கள் என்பது போன்ற கலாச்சார ஆய்வுகளை இங்கு நாம் பேசுபொருளாக எடுத்துக் கொள்ளவில்லை. அல்லது தாலி தோன்றிய வரலாறு பற்றி ஆராய்ப் போவதுமில்லை. இன்று நிலவும் சமூகத்தில் தாலி என்னும் பொருள் எவ்வாறு பெண்ணை ஆணுக்கு கீழ் நிலையில் வைத்துள்ளது என்பதை மட்டும் விவாதிப்போம்.

இரு முக்கிய காரணங்கள்

தாலிப் பண்பாடு நீடித்திருக்க இச்சமூகத்தில் இருவிதமான கருத்துக்கள் முக்கிய காரணங்களாக உள்ளன. ஒன்று கண்மூடித்தனமான மூடநம்பிக்கை. இன்னொன்று போலியான சமூக விஞ்ஞான விளக்கம்.

மதநம்பிக்கையாளர் விளக்கம்

தாலி கட்டுவதற்கு மூன்று முடிச்சு போடுவதற்கு மதரீதியாக காரணங்கள் உள்ளது என்பது மதவாதிகளின் விளக்கம். அந்த விளக்கம் எப்போதுமே அறிவுபூர்வமான அடிப்படை இன்றி, நம்பிக்கையின் அடிப்படையில் மட்டும் இருக்கும் என்பது அனைவரும் அறிந்தது தான். கடவுளையும் புராணத்தையும் ஆதாரம் காட்டுவார்கள். அதனைப் பற்றி கேள்வி கேட்டால் அது கேள்விக்கு அப்பாற்பட்டது என்பார்கள். இன்னும் சிலர் மத சடங்குகளுக்கு அறிவியல் முலாம் பூசுவார்கள். ஆனால் அந்த அறிவியலை அவர்களின் செயல்களுக்கு சாதகமாக இருக்கும் வரையில்தான் ஏற்றுக்கொள்வார்கள். அதற்கு எதிராக போகும்பொழுது அறிவியலை புறந்தள்ளிவிட்டு மூடநம்பிக்கையில் சரணடைந்து விடுவார்கள்.

பேசும் தெய்வம் என்று ஒரு பழைய படம். அதன் கதாநாயகி தன் வேண்டுதலை நிறைவேற்ற ஒரு கோவிலில் குழந்தையின் எடைக்கு எடை பொற்காசுகள் பெரிய தராசில் வைக்கிறாள். எவ்வளவு வைத்தும் பொற்காசு இருக்கும் தட்டு இறங்கவில்லை. தான் அணிந்துள்ள அணிகலன்கள்

அனைத்தையும் கழற்றி வைக்கிறாள். தட்டு கீழே இறங்கவில்லை. திடீரென ஆவேசம் கொண்டு தன் தாலியை கழற்றி வைக்கிறாள். தட்டு கீழே இறங்குகிறது ஒரு பரவசமான இசை பின்னணியுடன். அதற்குப்பின் புல்லரிக்கும் பல வசனங்கள் பேசப்படுகிறது. அதை விடுங்கள். 50 கிராம் எடை கூட இல்லாத அந்த உலோகத்திற்கு ஒரு ஆண் அதை தொட்டு, ஒரு பெண்ணின் கழுத்தில் கட்டியவுடன், பல மடங்கு எடை கூடிவிட்டது.

அதற்கு அவ்வளவு சக்தி எங்கிருந்து வந்தது என்றால், பெண்ணுடன் ஒப்பிடும்போது ஆண் கடவுளை போன்றவன், அவன் ஒரு சிலையின் முன்னால் கோவிலிலோ, புரோகிதர் முன்னிலையிலோ அந்த நூலைத்தொட்டு தாலி கட்டியபின் அது புனிதம் ஆகிவிடுகிறது. அதிலிருந்து, ஆண் பெண்ணை விட உயர்ந்தவன், பெண் புத்தி பின் புத்தி, தாலி பெண்களை காக்கும் வேலி என்று ராம கோவிந்த கீர்த்தனைகள் தொடர்ந்து வருகிறது, இன்னும் சுருக்கமாகச் சொன்னால் ,கணவனே 'கண்கண்ட தெய்வம்' அவன் கட்டிய தாலி 'கழுத்தில் தொங்கும் தெய்வம்' இதுதான் தமிழ்த் திரைப்பட உலகம் ஆரம்பித்தது முதல், நமது இயக்குனர்கள் மக்களுக்கு உணர்த்தும் மகா தத்துவம்.

நமது திரைப்படங்களில், கோவில்கள், மரத்தடி வேல்கள், நாக பாம்புகள் புற்றுகள் இத்தியாதி போன்ற பொருட்களுக்கு அடுத்தபடியாக மக்கள் மனதில் இந்த தாலி எனும் பொருளை பற்றிய பிரமையை போல, வேற எந்த பொருளுக்கும் இல்லை என்று கூறலாம். இந்த அதிபயங்கரமான கற்பனையை மக்கள் மண்டையில் புகுத்தியதில், பெரும்பங்கு இந்த திரைப்படத்துறையினர் சாரும் என்பதில் ஐயமில்லை.

மதங்கள் அனைத்துமே, பெண்களை ஆணுக்கு அடிமையாக வைப்பது எனும் கொள்கையில் ஒற்றுமையாக இருப்பதால், இந்த தாலி பண்பாட்டை ஏதோ ஒரு வடிவில் ஏற்றுக் கொள்வதில் வியப்பொன்றும் இல்லை. திருமணம் மதம் சார்ந்த நிகழ்வாக இருக்கும்வரை தாலியை இவர்கள் விடப்போவதில்லை. தாலியை மத நம்பிக்கையின் அடிப்

டையில். ஏற்றுக் கொள்பவர்களுக்கு வாதங்களால் நிரூபிப்-பதை விட, திருமண வாழ்வுக்கும் தாலிக்கும் எந்த சம்பந்த-மும் இல்லை என்பதை,வாழ்ந்து காட்டி நிரூபிப்பதே சரியாக இருக்கும் .இதனை இத்துடன் நிறுத்திக்கொண்டு போலி சமூக விஞ்ஞானிகள் எவ்வாறு தாலிக்கு முட்டுக் குடுக்கி-றார்கள் என்பதை அடுத்துப் பார்ப்போம்.

<u>போலி சமூக விஞ்ஞானிகளின் விளக்கம்</u>

'தாலி என்ன வெறும் கயிறுதான்; உலோகம்தான். அதில் தெய்வீக அம்சம் என்றெல்லாம் ஏதுமில்லை என ஒத்துக்கொண்டு, ஆனால் அதற்கு சமூக ரீதியான முக்-கியத்துவம் உள்ளது. தமிழ் பண்பாடு, கலாச்சாரம் என்று சமூக விஞ்ஞான கண்கொண்டு அதனை பரிசீலிக்க வேண்-டும் என்று புது வியாக்கியானம் கொடுக்க வருகிறார்கள்' சில சமூக விஞ்ஞானிகள். அவர்கள் கூறும் காரணங்களை ஒவ்வொன்றாக காண்போம். இவர்கள் கூறும் காரணங்களை பார்த்தால், மத நம்பிக்கையின் அடிப்படையில் தாலியை ஆதரிப்பவர்கள் எவ்வளவோ பரவாயில்லை என தோன்று-கிறது.

1. அடையாளம் வேண்டுமாம்

முதலும் முக்கியமான காரணமாக இவர்கள்கூறுவது, திருமணமான பெண்ணை அடையாளம் காண உதவும் ஒரு ஆபரணம் தாலி என்பதாகும். இந்த ஒரு பணியைத்தான் தாலி உருப்படியாக செய்துவருகிறது என்பது உண்மை. ஏதோ அரும்பெரும் உண்மையை கண்டுபிடித்துவிட்டது போல், புத்திசாலித்தனத்துடன் இதை கூறுபவர்கள், பெண்-ணுக்கு திருமணம் ஆனதற்கு அடையாளம் தாலி என்றால், ஆணுக்கு என்ன அடையாளம் உள்ளது என்று கேட்டால் அதிர்ச்சி அடைகிறார்கள் .

திருமணத்துக்கான குறியீடாக தாலியை ஏற்றுக்கொண்ட ஒரு பெண் எழுதுகிறார், "சங்ககால இலக்கியங்களில் கூட ஒரு ஆண்மகன் நிமிர்ந்து பார்த்தே செல்பவன் எதிர்வரும் பெண்ணை ஏறிட்டுப் பார்த்து காதல் கொள்ளும்போது,

அவள் கழுத்தை பார்ப்பானாம் அவள் மணமானவளா என்-பதுதான் அந்த பார்வைக்கு அர்த்தம். அதேபோன்று பெண்-கள் குனிந்து பார்த்துச் செல்வார்கள். ஆண்மகன் காலில் மிஞ்சி என்ற ஒரு வளையம் போட்டிருந்தால் அவன் திரு-மணமானவன் என்று காதல் கொள்ளமாட்டாளாம் என்கிறது ஒரு குறிப்பு" என தாலிக்கு வக்காலத்து வாங்குகிறார்.

சங்ககாலத்தில் இப்படி இருந்ததா என்பது ஒரு கேள்-விக்குறி. அதுகுறித்து ஆராய்ச்சியை செய்வதற்கு முன் சில கேள்விகளை கேட்போம். அப்படி இருந்திருந்தால், சங்க-காலத்தில் பெண்கள் அணிந்த திருமண அடையாளத்தை தொடர்ந்து கடைபிடித்து வரும் இந்த சமூகம், ஆண்-கள் அணிந்த மிஞ்சி அடையாளத்தை ஏன் கைவிட்-டது? ஆணுக்கும் பெண்ணுக்கும் திருமண அடையாளத்தை அக்காலத்தில் வைத்தவர்கள் ஆணுக்கு அதை காலிலும் பெண்ணுக்கு அதை கழுத்திலும் ஏன் வைத்தார்கள்? ஏன் பெண்ணுக்கு காலில் மிஞ்சி அணியயவும், ஆண்கள் தாலியை கட்டவும் சொல்லியிருக்கலாமே!! பெண்கள் தலை நிமிர்ந்து பார்க்கக்கூடாது, தலை குனிந்து இருக்க வேண்டும் என்ற ஆணாதிக்க கருத்தில் அவர்கள் அப்படி வைத்திருக்-கலாம்.

இது போல தாலிக்கு ஆதரவாக வாதாடும் நபர்களை முதலில் இந்த காலத்திற்கு கொண்டுவருவோம். இன்றுள்ள நிலைமையில் ஆணுக்கும் பெண்ணுக்கும் திருமணத்திற்கு அடையாளம் ஆபரணமாக உண்டா என்றால், பெண்ணுக்கு மட்டும்தான் நடைமுறையில் உண்டு. ஆண்களுக்கு இருந்-ததோ, மறைந்ததோ; இப்போது இல்லை.அதற்கு அர்த்தம் ஆணுக்கு பெண் சமமில்லை என்பதுதான்.

சமூகத்தில் இருபாலருக்கும் திருமணம் ஆனதற்கு அடையாளம் வேண்டும் என்று உண்மையிலேயே விரும்பி-னால் இந்த போலி சமூக விஞ்ஞானிகள் முதலில் ஆணுக்-கும் ஒரு தாலி கொண்டு வரவேண்டும். இல்லையேல் வேறு அடையாளம் உதாரணமாக, திருமணமான ஆணுக்கு மீசை

இருந்தால் மீசையில் இருபுறமும் சிறு தங்கத்தை கட்-
டித் தொங்கவிடலாம். மீசை அதிகம் இல்லாதவர்கள் தாடி
வைத்திருந்தால், அதில் சிறு ஆபரணத்தை கூட கட்-
டித் தொங்கவிடலாம். முன்னே வரும் பெண்கள் ஆண்-
கள் முகத்தைப் பார்த்தவுடன் இவர் திருமணம் ஆனவர்கள்
என்று காதல் புரிய மாட்டார்கள்.

தாடி வைத்த திரைப்பட இயக்குனர் ஒருவர், தன் இதழ்
ஒன்றில் வாசகர் 'ஏன் ஆண்களுக்கு திருமண அடையாளம்
இல்லை' என்று கேட்டதற்கு பதில் சொல்கிறார் "ஆண்-
கள் எந்த வேலியையும் விரும்பாதவர்கள்" எவ்வளவு திமிர்?
ஆண்கள் திருமண அடையாளம் இல்லாமல் இருப்பதற்கு
இதுதான் காரணமாம். ஆண்கள் அனைவரையும் கேவலப்-
படுத்தும் இந்த மாதிரி நபர்கள் திரைப்படத்துறையில் அதி-
கம் உள்ளனர். ஆணாதிக்கத்தின் மொத்த உருவமாக இன்று
திரைப்பட உலகம் உள்ளது. ஏனெனில் இங்குதான் பெண்
ஒரு லாபம் ஈட்டும் கேளிக்கை பொருளாக பயன்படுத்தப்ப-
டுகிறாள்.

தாலிக்கு வக்காலத்து வாங்கும் சிலர் பெண்களுக்கு
திருமண அடையாளம் இல்லையெனில், 'சமூகத்தில் குழப்-
பம் வந்துவிடும்' என்று கூறுகிறார்கள். திருமணமான ஒரு
பெண்ணை, அவள் திருமணமாகாதவர் என்று எண்ணி ஒரு
ஆண் அவளைக் காதலித்து, (இதற்கு பேர் ஒருதலைக்காத-
லாம், நமக்கு தறுதலை காதல் மாதிரி தெரிகிறது) ஏதாவது
ஒரு கட்டத்தில் (திரைப்படம் திருப்பம் போல்) அவள் திரு-
மணமானவள் என்று தெரிந்தவுடன், இதயம் சுக்கு (அல்-
லது மிளகு) நூறாகி, கிணற்றிலோ, குளத்திலோ (நீந்தத்
தெரியாதவர்கள்) விழுந்து, இறந்துவிட்டால் என்ன செய்வது
என்று அங்கலாய்க்கிறார்கள் பாவம்!

காதல் பற்றிய அரைவேக்காட்டு படங்களை, இங்கு
திரைப்பட தயாரிப்பாளர்கள், வருடத்திற்கு 30, 40 என்று
எடுத்து தள்ளுவதால், இப்போது காதலின் அர்த்தமே மாறிப்-
போய்விட்டது. அதை எழுதினால் அது ஒரு புராணம்

ஆகிவிடும். எனவே கழுத்தையும், காலையும் பார்த்துவிட்டு காதலிக்க தொடங்கும் ஒருதலைக் காதலர்களுக்கு (தறு-தலைக் காதலர்களுக்கு) இப்போதைக்கு ஒரு அறிவுரை சொல்லி வைப்போம். கண்டதும் காதல் என்பது காவியத்தில் தான் நடக்கும். ஆனாக இருப்பினும், பெண்ணாக இருப்-பினும் எதிர்பாலரை நன்கு புரிந்த பின்பு, எல்லாவற்றுக்கும் முன் அவளுக்கு அல்லது அவனுக்கு திருமணம் ஆகி விட்டதா என அறிந்த பின், காதலிக்க தொடங்குங்கள், ஒரு ஆணும் பெண்ணும் திருமணம் ஆனவரா இல்லையா என அறிவது பெரிய பிரச்சனை இல்லை. நடைமுறையில், திருமண அடையாளம் இல்லாத ஆண்களை திருமணம் ஆனவரா இல்லையா என்பதை எப்படி அறிந்துகொள்வீர்-களோ, அதேபோல திருமண அடையாளம் இல்லாத பெண்-களை பற்றியும் கேட்டு அறிந்து கொள்வது பெரிய விஷயம் அல்ல. ஆணாதிக்க மனோபாவத்தை நிலைநிறுத்த இது-போல குதர்க்கவாதம் நிறையப் பேசப்பட்டு வருகிறது.

2.தாலிதான் வேலியாம்

பெண்ணுக்கு மட்டும் திருமண அடையாளமாக தாலி வேண்டும் என்று கூறுபவர்கள் சொல்லும் இன்னொரு கார-ணத்தை, வாசகரின் குரலில் கேளுங்கள். "தாலி இல்லாமல் பதிவு திருமணம் செய்வது நல்லதுதான் .ஆனால் தாலி என்பதை ஒரு ஆண்மகன், ஒரு பெண்ணிற்கு கட்டி-விட்டால், அது அவள் நெஞ்சில் ஊசலாடும் ஒவ்வொரு கணமும், தான் மணமானவள் என்பதை உணர்வதோடு, இயற்கையோடு இணைந்த சில உணர்ச்சிகளையும் அவள் கட்டுப்படுத்த உதவுகிறது. இது தவறான கருத்து அல்ல. மனிதர்களின் எண்ணங்கள் அடி மனசு ஆழங்கள் வக்கிர-மானவை அந்த அசிங்கங்கள் வெளிவராமல் பெண்ணுக்கு என்று போடும் ஒரு வேலிதான் அந்த தாலி"

ஒழுக்க நெறி பற்றி சமீப காலங்களில் புது புது கருத்-துக்கள் ஒருபுறம் வெளிவருகின்றன. மறுபுறம் ,முப்பாட்டன் காலத்து ஒழுக்க நெறிகளைக் கூறி பெண்களை வீட்டுக்குள் அடைக்க நினைக்கும் கருத்துக்களும் உள்ளன..இதுபற்றி

இங்கு விரிவாக அலசி ஆராய போவதில்லை.. இந்த தாலி என்ற பொருளுக்கும், சமூகத்திலுள்ள ஆண் பெண் உறவு பற்றிய ஒழுக்க நெறிக்கும் எவ்வித சம்பந்தமும் இல்லை என்பதை மட்டும் சொல்லிக் கொள்வோம்.

நம் தமிழ் சமூகத்தில் உள்ள மிகப்பெரிய நோய் போலித்தனம். அதுவும் பாலுறவு பற்றிய போலித்தனங்கள் மிக அதிகம். கற்பழிப்பு ,கள்ளக்காதலுடன் ஓடிப்போன பெண், நடிகை ரகசிய திருமணம் போன்ற தினசரி பத்-திரிக்கை தலைப்புச் செய்திகளில், தொலைக்காட்சிகளில் கிரைம், குற்றம் நடந்தது என்ன நிகழ்ச்சிகளில் தமிழனுக்கு தனி ஆர்வம் ஈர்ப்பு... இந்த பிரச்சினைகளைப் வைத்தே தமிழ்நாட்டில் பல ஊடகங்கள் வியாபாரத்தை ஓட்டி வரு-கின்றனர். இதற்கு பாலுறவு பற்றிய விஞ்ஞானபூர்வ கல்வி இல்லாமையும், பிற்போக்கு சாதிய மதவாத கருத்துகளும், ஆண்களும் பெண்களும் சரிசமமாக பழக வாய்ப்புகள் அதி-கம் இல்லாத நிலைமையும் காரணமாக உள்ளது.

இந்த நிலைமையில் தாலி தேவையில்லை என்று சொன்னவுடனே நம் சராசரி தமிழனின் மண்டையில் ஓடும் சிந்தனை என்னவென்றால், 'ஒருவனுக்கு ஒருத்தி எனும் திருமண ஒரு முறை தேவை இல்லை' என்று சொல்கிறார்-கள் 'முறையற்ற பாலுறவு ஆதரிக்கிறார்கள்' என்பதுதான். இது தவறு. தாலி தேவை இல்லை என்பதன் மூலம், நாங்-கள் செய்யக்கோரும் மாற்றம் திருமண சடங்குகளில் தானே தவிர, நிலவி வரும் குடும்ப அமைப்பில், குடும்ப வடிவத்-தில் அல்ல. ஒரு பெண்ணும். ஒரு ஆணும் இணைந்து நடத்தும் குடும்ப முறையில் மாற்றத்தை நாங்கள் முன்வைக்-கவில்லை. அப்படி ஒரு ஜோடி குடும்பமாக உருவாகும்-போது, நடக்கும் போலித்தனமான சடங்குகள், அணிகலன்-கள் இவைகளில் மாற்றத்தை கொண்டு வர விரும்புகிறோம். ஏனென்றால் சமூகத்தில் சரிபாதியாக, மனித இன உற்பத்-தியில் பிரதான பங்கு செலுத்தும் பெண்கள் இழிவு படுத்த படக்கூடாது; சமமாக நடத்தப்பட வேண்டும்.

எனவே, தாலி என்பது நடைமுறையில் உள்ள குடும்ப அமைப்பு தொடங்குவதன் ஒரு சடங்காகதான் உள்ளதே ஒழிய, அதுவே குடும்ப அமைப்பை குறிப்பதில்லை. ஒருவனும் ஒருத்தியும் குடும்பமாக இணைந்தால் அங்கு தாலி கட்டாயம் இருக்க வேண்டும் என்று எந்தச் சட்டத்திலும் இல்லை. தமிழ்நாட்டில் அறிஞர் அண்ணா ஆட்சியின் பொழுது சீர்திருத்த திருமணம் குறித்த சட்டமே இயற்றப்-பட்டுள்ளது. திருமணத்தில் இருவர் இணைவதை தீர்மானிப்பது அவர்களது பெற்றோரும் சமூகம்தான். திருமண நிகழ்வு அவர்கள் இணைவதை இந்த சமூக சமூகத்திற்கு அறிவிக்கிறது. அவ்வளவுதான். தாலி இல்லாமல் திருமணங்கள் உலகத்தில் நடந்து கொண்டுதான் இருக்கின்றன. அந்த தம்பதிகளும் ஒருவருடன் ஒருவர் அன்பாக இருந்து, குழந்தைகளுடன் நலமாக வாழ்கின்றனர். அவர்களை சமூகம் கணவன்-மனைவியாக அங்கீகரிக்கிறது. அந்த தம்பதியர் தாலி இல்லாத காரணத்தால், தறிகெட்டு போய்விடவில்லை.

நடைமுறையில் கணவனையும், மனைவியையும் இணக்-கமாக வாழச் செய்வது அந்த தாலிக் கயிறு, சங்கிலி இல்லை. மாறாக, இருவருக்கும் இடையே உள்ள அன்பு, பரஸ்பரப் புரிதல், சகிப்புத்தன்மை போன்றவைதான். இதை-யும் மீறி அவ்வப்போது ஏற்படும் பிணக்குகளை தீர்க்க, அந்த தாலி ஏதும் செய்வதில்லை, மக்கள்தான் உற்றார், உறவினர் நண்பர்களாக வந்து சமரசம் செய்கிறார்கள். இரு-வரிடமும் இருக்கும் தவறுகளை சுட்டிக்காட்டுகிறார்கள். இருவரையும் இணைக்க முயற்சிக்கிறார்கள். சமரசம் ஏற்-படாத நிலைகளில் பிரித்து வைக்கிறார்கள். எனவே கணவனும் மனைவியும் ஒன்றாக இருக்கவும்,பிரியவும் இந்த சமூகமே அடித்தளமாக உள்ளது. தான் ஒரு ஆணின் உடைமை எனக்கூறும் 'வில்லையை போல்' கழுத்தில் தொங்கிக் கொண்டிருப்பதை தவிர, தாலி வேறு எதையும் செய்வதில்லை. தாலிக்கும் ஒழுக்க நெறிக்கும் எந்த சம்பந்-தமும் இல்லை.

<u>3 .பாதுகாப்பு தருகிறதாம்</u>

இவைகளை எல்லாம் விட நம் 'புற நானூற்று வீரர்கள்' தாலி போட கூறும் மூன்றாவது காரணத்தை கேட்டால், மானமுள்ள தமிழன் நாக்கை பிடுங்கிக்கொண்டு சாகலாம். இவ் விஷயத்தையும் அதே வாசகர் குரலிலேயே காண்-போம்.

" தாலி என்பது பெண்ணடிமைத்தனம் அல்ல. அது பெண்களுக்கு ஒரு பாதுகாப்பாக அமைந்துள்ளது. எவ்-வளவோ கெட்டழிந்த ஆண்கள் கூட ஒரு மணமான பெண்ணை பார்த்தால் அது கல்யாணமான பொண்ணுடா என்று கூறி தப்பாக பார்ப்பதை நிறுத்தி விடுவதை நடைமு-றையில் கண்டுள்ளேன்"

அதாவது இவ் வாதப்படி போர்க்களத்தில் எதிரிகளின் வாளிடம் இருந்து பாதுகாக்கும் கேடயம் போல், மோசமான ஆண்களிடம் இருந்து பாதுகாக்க தாலி எனும் கேடயம் பயன்படுகிறதாம். பாதுகாக்க தாலி உள்ளது தாக்குவதற்கு என்ன உள்ளது என்று கேட்காதீர்கள். பெண்கள் எப்போதும் தங்களை பாதுகாத்துக்கொள்ள மட்டும் வேண்டுமே தவிர, மோசமான ஆண்களை தாக்குவது பற்றி நினைத்துக்கூடப் பார்க்கக்கூடாது. அப்படி ஏதாவது ஒரு பெண் எதிர்த்து தாக்கினால் அவள் நடத்தை கெட்டவள் ஆகிவிடுவாள் இந்த சமூகத்தில்.

உலகத்திலேயே மடத்தனமான படம் எடுப்பதில் முன்-னணியில் நிற்கும் தமிழ் திரைப்பட உலகம், திரைப்படம் ஒன்றில் "தாலி பெண்ணுக்கு தாக்கும் ஆயுதமாக கூட இருந்து காப்பாற்றுகிறது "எனும் அரிய விஷயத்தை கூறி-யுள்ளது. அப்படத்தின் நாயகியை பலாத்காரம் செய்ய வரும் வில்லனை,அந்தத் தாலியை வைத்தே கழுத்தை நெரித்து கொன்று விடுகிறாராம் கதாநாயகி. கொக்கு தலையில் வெண்ணை வைத்தால் கண்ணை மறைத்து விடுமாம், பிறகு அதை பிடித்துவிடலாம் என்ற கதை ஞாபகத்திற்கு வருகி-றது. இவ்வாறு தாலி பெண்களுக்கு பாதுகாவலாக உள்ளது என்பதை கூற, நம் திரைப்பட இயக்குனர்கள் ரொம்ப சிர-

மப்பட்டு நிறைய கதை விட்டுள்ளார்கள். திரைப்படங்கள் மட்டுமில்ல பத்திரிகைகளும் இதே போக்கில் தான் உதாரணத்துக்கு ஒன்று காண்போம்.

'தாலி பாதுகாப்பு' எனும் கண்டுபிடிப்பிற்கு வக்காலத்து வாங்க, ஆணாதிக்க பிரதிநிதி ஆர் ராஜேந்திரன் கஸ்தூரி பாளையத்திலிருந்து தினமலர் வாரமலருக்கு கடிதம் எழுதுகிறார். தலைப்பு 'சுடிதார் சுந்தரிக்கு ஏற்பட்ட அவமானம்' கடிதத்தை அப்படியே தருகிறேன்.

"என் தங்கைக்கு சமீபத்தில் திருமணம் நடந்தது. திருமணத்திற்கு அனைவரும் சேலையில் வந்து இருக்க, என் தங்கையின் தோழி ஒருத்தி மட்டும் சுடிதாரில் வந்திருந்தார். கிராமம் என்பதால் அவரை அனைவரும் வித்தியாசமாக பார்த்தனர். அதிலும் இளவட்டங்களை பற்றி சொல்லவே வேண்டாம். அத்தனை பேரின் பார்வையும் அந்த சுடிதார் பெண் மீது நிலைத்திருந்தது . சமயம் கிடைக்கும்போதெல்லாம் 'சூப்பர் பிகர்டா' மச்சி, யார் இந்த சுடிதார் சுந்தரி? யப்பா பிரம்மனின் கைவண்ணம் என ஆளுக்கு ஆள் இஷ்டத்துக்கு கிண்டல் பண்ண ஆரம்பித்தனர். அவமானத்தில் நெளிந்து கொண்டிருந்தாள் அந்த பெண். என் தங்கையிடம் சென்று அப்பெண்ணை பற்றி விசாரித்தேன். 'புதிதாக திருமணமான என் தோழி' என்றாள். 'தாலி எங்கே' என்றேன். "துப்பட்டாவில் மறைந்திருக்கும் அதெல்லாம் உனக்கு எதுக்கு" (சரியான கேள்வி நம் வீரர் இதற்கு பதில் சொல்லவில்லை) என்றாள் என் தங்கை. இளம் மனைவியரே , திருமணம் போன்ற பொது நிகழ்ச்சிகளுக்கு செல்லும்போது, உங்கள் விருப்பப்படி நாகரீக உடை அணிந்து செல்லுங்கள் தப்பில்லை. ஆனால்,தாலி வெளியே தெரியும்படி அணியுங்கள். அது கிண்டல் செய்வோரை யோசிக்க செய்யும். உங்களுக்கு பாதுகாப்பும் கூட..."

இதில் சிகரம் வைத்தாற்போல உள்ள அம்சம் என்னவெனில், இந்த கேவலமான கடிதத்திற்கு ரூ50 பரிசு கொடுத்து, இது உங்கள் இடம் பகுதியில் கருப்பு கட்டம்

கட்டி வெளியிடுகிறது தினமலர். வெந்ததை தின்று விதி வந்-
தால் சாவோம் என்று விந்தை மனிதர்களின், கேவலமான
பத்திரிகைதான் இது என்பதை வெட்கமின்றி வெளிக்காட்டிக்
கொண்டுள்ளது இதன் மூலம் இப்பத்திரிகை.

நடைமுறையில் ஒரு அசிங்கமான உண்மை என்னவெ-
னில், தங்கள் உடலை விற்று வாழும் பாலியல் தொழிலா-
ளர்களுக்கு இந்த 'தாலி' பிடிபட்டால் சட்டத்தில் இருந்து தப்-
புவதற்கு பாதுகாப்பாக உள்ளது என்று அவர்கள் கையில்
ரெடிமேடு தாலி எப்போதும் வைத்துள்ளார்களாம். காவல்து-
றையினர் கூறுகிறார்கள்.

இது மட்டுமல்ல உண்மை நிலை எப்படி உள்ளது என்-
றால், இந்த தாலி தங்கம் எனும் உலோகத்தால் ஆனதாக
இருந்தால், அதை காப்பாற்றுவதே இப்போது பெண்களுக்கு
பெரும் பிரச்சனையாக உள்ளது. நடு வீதியில் இரு சக்கர
வாகனத்தில் பின் இருக்கையில் அமர்ந்த வண்ணம் திரு-
டர்கள், தாலியை அறுத்து சென்ற நிகழ்ச்சிகள் ஏராளம்.
அப்போது அந்த தாலி எந்த பாதுகாப்பை தந்தது? அல்லது
சமூகவிரோதிகள் இந்த புனித பொருளை பார்த்தவுடன்
கையெடுத்து கும்பிட்டு, பெண்களை விட்டு வைக்கிறார்களா
என்று பார்த்தால், பத்திரிகைகளில் வரும் செய்திகள்
நெஞ்சை கொதிக்க வைக்கின்றன. கணவன் எதிரிலேயே
தாலியுடன் மனைவியை பாலியல் பலாத்காரம் செய்த
நிகழ்ச்சிகள் ஏராளம். இவற்றில் பல மானத்திற்கு பயந்து
வெளித் தெரியாமல் மறைக்கப்படுகிறது. நிலைமை இப்படி-
யிருக்க இந்த தாலியை பாதுகாப்பிற்காக அணியவேண்டும்
என்று சொல்கிறார்கள் இந்த ஆணாதிக்கவாதிகள்.

இவர்கள் வாதத்தின் படியே, தாலி கயவர்களிடம்
இருந்து பாதுகாக்கிறது என்பதற்காக அணிய வேண்டும்
என்றால், இதைவிட கோழைத்தனமான பண்பாடு
வேறென்ன இருக்க முடியும். சமூகத்தில் ஒரு பண்பாடு
கடைபிடிக்கப் படுகிறது என்றால் அதற்கு தகுந்த காரணங்-
கள் இருக்கும். அக்காரணம் அச்சமூகம் நல்ல முறை-
யில் இயங்க துணைபுரிவதாக இருக்க வேண்டும். காரணங்-

கள் அச் சமூகத்தின் வீரம், நேர்மை ,நியாயம், அறிவு இவற்றை வெளிக்காட்டும் தன்மை உடையதாய் இருக்க வேண்டும். அப்போதுதான் பண்பாடு மக்கள் நலன் சார்ந்த பண்பாடாக, சிந்திக்கும் மனிதனின் பண்பாடாக இருக்கும். இல்லாவிடில் அது அங்கு கோழைகளின் பண்பாடாக தான் இருக்கும்.

இப்படியும் ஒரு சமூகம் வாழ வேண்டுமா? தாலி மேல் கண்மூடித்தனமான தெய்வபக்தி கொண்டு அதை ஆதரிப்- பவர்கள் கூட ஒருவகையில் சகித்துக்கொள்ளலாம். அவர்- கள் சிந்திக்க ஆரம்பித்து விட்டால் அதை தூக்கி எறிந்து விடுவார்கள். ஆனால் இருக்கும் மோசமான சமூக அநீ- திகளுக்கு,பயந்து அடங்கி ஒடுங்கி நடக்க தாலி அவசியம் என்பதை நியாயப்படுத்தும் இந்த நவீன சமூக விஞ்ஞானி- களை துளியளவு கூட சகித்துக் கொள்ள கூடாது. இவர்கள் நாறிப்போன சமூகத்தை மேலும் நாற்றம் எடுக்க வைக்க, விளக்கம் கூறும் வித்தகர்கள். எனவே 'பாதுகாப்புக்காக தாலி என்னும் காரணத்தை தன்மானமுள்ள எந்த பெண்- ணும் எந்த ஆணும் ஏற்றுக்கொள்ள முடியாது." புறமுதுகை முதியவளும் போற்றாத நாட்டில், புதல்வனைத் தாய் மகிழ்- வுடனே போர்க்கு அனுப்பும் நாட்டில், தீயவர்களை எதிர்த்து நின்று வாழ முடியாத வாழ்வு தமிழ் மண்ணுக்கு இழுக்கு. "வழக்கம் என்பதில் ஒழுக்கம் இல்லையேல், கழுத்துப் போயினும் கைகொளல் வேண்டாம்" என்ற பாரதிதாசனின் உறுதியை தாலி விஷயத்தில் இளைய சமுதாயம் கைக்- கொள்ள வேண்டும்.

4 . தாலி தமிழ் பண்பாடாம்

'அந்த ஏழு நாட்கள்' என்று ஒரு படம். பாக்யராஜ் இயக்கியது. மனம் விரும்பாத ஒருவனுடன் வற்புறுத்தி, கதாநாயகியை மணமுடித்து வைக்கிறார்கள். மனைவியின் நிலை அறிந்த கணவன், அவருடைய காதலன் உடன் அவளை வாழ வைக்க விரும்பி, தாலியை கழட்ட சொல்- கிறான். படத்தில் தாலியை கழட்ட சொன்னவுடன், கதாநா-

யகி வாங்கிய காசுக்கு அந்த தாலியை பிடித்துக் கொண்டு, அதைக் கழட்ட மாட்டேன் என்று பயங்கர இசையின் பின்னணியில் கதறுகிறாள். இதுதான் "தமிழ்ப் பண்பாடு" என்று முத்தாய்ப்பாக முடிக்கிறார் இயக்குனர். இது தமிழ்ப்பண்பாடல்ல,தாலியின் மேல், பெண்கள் வைத்திருக்கும் மூடநம்பிக்கையை வைத்து, பெண்களை சுய சிந்தனையற்ற விலங்குகளாக திரைப்படத்தில் காட்டி, காசு பண்ணும் பிழைப்புவாத பண்பாடு.

இன்றைக்கு பெண்களின் உரிமைக்கு எதிராக நிற்பவர்கள், தங்கள் கருத்துக்களை நியாயப்படுத்த, கடைசியில் தஞ்சம் புகுவது 'தமிழ்ப் பண்பாடு' என்ற முழக்கத்தில்தான் .இதன் மூலம் 'தமிழ் பண்பாடு காத்த மறத்தமிழன்' என்ற பெயரும் கிட்டும். பெண்களை அடிமை நிலையில் வைத்திருக்கும் இயலும். ஒரே கல்லில் இரண்டு புளியங்காய். (எத்தனை காலம்தான் மாங்காய் என்று சொல்லிக் கொண்டிருப்பது)

தமிழ் பண்பாடாக இருக்கட்டும், அது எந்த பண்பாடாக இருக்கட்டும். பண்பாடு என்பதும் மற்ற எல்லா விஷயங்களையும் போல காலத்திற்கேற்ப மாறக்கூடியதுதான். பண்பாட்டின் பல்வேறு அம்சங்களான உடை, அணிகலன்கள், விழாக்கள் அனைத்தும் காலத்திற்கேற்ப மாறிவருகின்றன. இதனை யாரும் தடுக்க இயலாது.

தமிழ் பண்பாட்டு ஏழாம் நூற்றாண்டு வரை 'தாலி' இருந்ததற்கான தடயமே இல்லை என்கிறார்கள். இலக்கியவாதிகள். சங்க இலக்கியங்களிலும், வள்ளுவனின் குறளிலும் அவ்வையாரின் ஆத்திச்சூடியிலும் தாலி எனும் சுவடே இல்லை. மாலையிட்ட மங்கையும், மாலையிட்ட மணாஎனும்தானே இருக்கிறார்கள். அது தமிழ்பண்பாடு இல்லையா? இடையே வந்த தாலிப்பண்பாட்டுக்கு பல காரணங்கள், கதை சொல்கிறார்கள்.

புலியை கொன்ற வெற்றிக்கு அடையாளமாக,மணமகன் ,புலிப்பல்லை மணமகளுக்கு அணிவிப்பான். அதுவே

'தாலி'எனவும் சொல்கிறார்கள்.புலிப்பல்லை கழட்டிதான் திருமணம் செய்ய வேண்டுமென்றால், மணம் புரிவதை விட துறவியாக போக தயாராக இருப்பார்கள் நமது இளைஞர்கள். புலியைக் கொன்றவனை மணமுடிக்கும் தைரியம் படைத்த மணப் பெண்களும் குறைவுதான். அப்படியே இருவரும் தயார் என்றாலும் இருக்கும் இளைஞர்கள் அனைவரது எண்ணிக்கைக்கு, புலிகள் காட்டிலும் இல்லை நாட்டிலும் இல்லை. இப்படி ஏதோ ஒரு காரணத்துக்காக தாலிப் பண்பாடு அன்று இருந்திருக்கலாம். இப்போதைய சமூக சூழலுக்கு அது பொருந்தாது தேவையில்லாதது. மாறிவிட்ட சூழலுக்கு ஏற்ப உடையையும் தலைமுடியையும் மாற்றிக் கொண்டு தாலியை மட்டும் விடா பிடியாய் பிடித்துக் கொண்டு இருப்பதற்கு காரணம் அதை பெண்கள் மட்டும் அணிந்து இருப்பதால்தான்.

உண்மையிலேயே தமிழ் பண்பாட்டைக் காக்க விரும்புபவர்கள், முதலில் தமிழ் மொழியை காக்கட்டும்: தமிழ் மொழியை வளர்க்கட்டும். தமிழ்மொழி வளர்ச்சி இன்று அம்மொழி அறிவியல் வளர்ச்சிக்கான மொழியாக மாறுவதில் தான் உள்ளது.அறிவியலின் பல்வேறு துறைகள், தமிழில் கற்பிக்கும் நிலை ஏற்பட்டு, அறிவியல் தமிழ் வளரும் போது உண்மையான தமிழ் வளர்ச்சி ஏற்படும். அதன் மூலம் தமிழ் மக்கள் உயர்வடைவார்கள். இதற்கு உதவும் பண்பாடு எதுவோ அதுவே இன்றைய தமிழ் பண்பாடாகும். மக்களின் நலத்தை நோக்கமாகக் கொண்ட அறிவியல் பண்பாடுதான் அது. அதுவே தமிழ் இனத்தின் மரபு சார்ந்த நெறிமுறைகளையும், புதுமைக்கு வித்திடும் அறிவியலையும் ஒன்று சேர்க்கும் பண்பாடு.

பெண்கள் பொட்டு வைப்பதையும், பூ வைப்பதையும், சேலை கட்டுவதையும், வளையல் போடுவதையும் தமிழ்ப் பண்பாடு என்று கதையளக்கும், திரைப்பட இயக்குனர்கள் கூறும் தாலிப்பண்பாடு தமிழ்ப்பண்பாடு அல்ல.அது அறிவியல் நெறிக்கு, மனிதாபிமான உணர்வுக்கு, சுதந்திர உணர்வுக்கு எதிரான பண்பாடு.

தாலி யாருக்கு துணை நிற்கிறது?

மத நம்பிக்கையின் அடிப்படையிலும், போலி சமூக அறிவியல் கொள்கை அடிப்படையிலும், இன்று நிலவும் தாலிப்பண்பாடு, நடைமுறையில் யார் யாருக்குப் பயன்படு- கிறது என்று பார்ப்போம்.

அ. கட்டாய திருமணத்திற்கு

நடைமுறை வாழ்க்கையில் எந்த தாலியைத் திருமண அடையாளமாக நம் பெரும்பாலான தமிழ் பெண்கள் மனதில் வைத்துள்ளார்களோ , அதுவே அவர்களின் கழுத்துக்கு சுருக்குக் கயிறாக உள்ளது. தாலி கட்டினாலே திருமணம் ஆகிவிட்டது என்ற கருத்து, பெண்களின் சுய விருப்பத்திற்கு எதிராக அமைந்து விடுகிறது. ஒரு பெண்ணை அவளுடைய விருப்பத்துக்கு எதிராக பலாத்காரமாக தூக்கி சென்று, ஒரு கற்சிலையின் முன்னாலோ, புரியாத மொழியில் மந்திரம் ஓதும் ஒரு புரோகிதரின் முன்னாலோ இந்த கயிற்றை கட்டி விட்டு, அவளுடைய விருப்பத்தை புதைத்து, ஆணின் விருப்பத்தை மட்டும் நிறைவேற்ற 'தாலி' மிகவும் உதவுகிறது. இதனால் தான் நம் திரண்ட தோள்களும், முறுக்கிய மீசை- யும் உடைய சீர்கெட்ட ஆணாதிக்கவாதிகளுக்கு, இந்தத் தாலியையோ, அது கொடுக்கும் சிந்தனையையும் அழித்து- விட விருப்பமில்லாமல் உள்ளது. சாராம்சத்தில் தாலி இங்கு பித்தலாட்டக்காரர்களுக்கு உறுதுணையாக உள்ளது.

ஆ . ஏமாற்றுக் காரர்களுக்கு

உண்மையில் பெரும் குடிகாரனாக சூதாட்டத்தில் மூழ்- கிப் போய் சீரழிந்த ஒரு ஆணை, மாபெரும் ஒழுக்க சீலன் என்று, விவரம் தெரியாத ஒரு இளம் பெண்ணுக்கு அவனை திருமணம் முடிப்பது தவறில்லை என்பதை அங்- கீகரிக்கும் மலட்டுசமூகம் ஆகிப்போனது தமிழ்ச் சமூகம். இவ்விஷயம் திருமணத்துக்குப் பின் வெளி தெரிந்தவுடன், அவனை விட்டு பிரிய முடியாது; அவனை விவாகரத்து செய்து விட்டு, வேறொரு நல்ல பண்பான மனதுக்குப் பிடித்- தவனை மறுமணம் செய்து கொள்ள முடியாது. ஏனெனில் தொட்டு தாலி கட்டிய கணவன், புல்லானாலும் புருஷன்

அவனை அச் சீரழிவிலிருந்து திருத்தும் மகத்தான பணியை, தியாக வாழ்க்கையாக ஏற்று நரகமாக்கிக் கொண்டு, அப்-பெண் வாழ வேண்டும். இதை எதிர்த்து அவள் மறுமணம் செய்வதை பற்றி சிந்தித்தாலே மோசமானவள் பட்டத்திற்கு ஆளாகிவிடுவாள் தமிழ்நாட்டில்.

இந்த மோசமான கருத்தையும் வெற்றிகரமாக பரப்ப-வதில் தமிழ் படங்கள் முன்னணியில் உள்ளன. எத்தனை தமிழ் படங்களில் நாயகிகள் கணவனின் கீழ் குணங்களை எல்லாம் தாங்கி, அவனைத் திருத்த உயிரை விடுகிறார்கள். எத்தனை தமிழ் படங்களில் சீரழிந்த கணவனை எதிர்த்து பிறந்த வீட்டிற்கு வந்த நாயகிகளுக்கு, அவளுடைய தாயும் தந்தையும் உற்றாரும் உறவினரும் வண்டி வண்டியாக வசனம் பேசி, அவளைத் திருப்பி நுழைந்த வீட்டிற்கு (புகுந்த வீட்டிற்கு புதுப்பதம்) அனுப்பி வைப்பார்கள். எண்-ணிச் சொல்லமுடியாது இப்படிப்பட்ட படங்களை. "கோபம் கொண்டு உதைத்தாலும் கொண்டவனே மறக்காதே" என்ற நடிகர் திலகம் படப் பாடல் தான் திரைப்படங்கள் பெண்க-ளுக்கு செய்யும் உபதேசம்.

இந்தத் திரைப்படங்களின் மத்தியில் பரபரப்பாக ஒரு படம் வந்தது. மறுபடியும் என்ற பெயரில் அதில் நாயகி தன்னைவிட்டு வேறு ஒருத்தியுடன் வாழ்ந்து விட்டு வந்த கணவரைப் பார்த்து "நான் இதுபோல் வேறு ஒருவனிடம் வாழ்ந்து விட்டு வந்தால் என்னை ஏற்றுக் கொள்வாயா" என்று நெற்றியில் அடித்தாற்போல் கேள்வி கேட்டு அவனி-டமிருந்து பிரிந்து விடுகிறார். தமிழ் திரைப்படத்தில் இப்படி ஒரு நல்ல வசனம் கேட்ட திருப்தியுடன் அந்த படத்தின் முடிவை பார்த்தால் மீண்டும் வேதாளம் முருங்கை மரம் ஏறிய கதையாக உள்ளது. கணவனை விரட்டியடித்த தைரி-யத்தை நாயகிக்கு கொடுத்த இயக்குனருக்கு அவருக்கு மறுமணம் செய்து வைக்க தைரியம் இல்லை. கட்டிய தாலியை கழட்டி அவன் முகத்தில் எறிய வைக்க முடிய-வில்லை. கேள்விக்குறியுடன் முடிக்கிறார். கேள்விக்குறிதான்

இவர்களுக்கு வசதியானது. பதில் சொல்லத் தேவையே இல்-
லையே.

இந்தக் கோடம்பாக்கத்து புத்திஜீவிகள் தமிழ்நாட்டு
கிராம புறத்தில் உண்மையான கொண்டையோடு, வயல்
புறத்தில் இடுப்பொடிய களை எடுக்கும் உழைக்கும் தமிழ்
பெண்களிடம் கற்றுக்கொள்ள வேண்டியது ஏராளம். இன்றும்
தமிழ்நாட்டில் கிராமங்களில் பலவற்றில் 'இந்தாடா நீ கட்டிய
தாலி' என்று குடிகார கணவன் முகத்தில், மஞ்சள் கயிற்றை
வீசி விட்டு பெரியவர்கள் முன்னிலையில் மறுமணம் புரிந்து
கொள்கிறார்கள்.

நெல்லை கட்டபொம்மன் மாவட்டத்திலுள்ள பெரிய-
தாழை எனும் கடற்கரை சித்தூரில் வழங்கும் நாட்டார் பாட-
லில் குடிகாரக் கணவனுடன் சண்டை போட்டு இறுதியில்
மனைவி பாடுகிறாள்....

"இனிமேல் உன் முகம் எனக்கு வேண்டாம்
இந்தாடா உன் தாலி- இனி
எனக்கு வேண்டாம் ஒந்தாலி
இனி எவர் சொன்னாலும் உன்னோட
வாசம் இருப்பேனோடா நாழி"
(புதிய பார்வை ஏப்ரல் 16 -30 1994 இதழில் வெளி-
வந்த நாட்டார் பாடல் கட்டுரையில் இருந்து..)

இன்னும் பல இடங்களில் குடித்துவிட்டு வந்து, தன்னை
மட்டுமின்றி குழந்தைகளையும் அடித்து துவைக்கும் குடிம-
கன்களை, திரைப்படத்தில் வருவதுபோல் அடிவாங்கி, உண்-
ணாவிரதமிருந்து, கண்ணீர்விட்டு திருத்தாமல், விறகு கட்-
டையால் விலாசி பற்களை உடைத்து முகத்தில் மறக்க-
முடியாத தழும்புகளை உண்டாக்கி கணவனை திருத்திய
மங்கையர்கள் உள்ளனர். இந்த வெள்ளை மனது படைத்த,
உழைத்து கருத்துப்போன இனிய பெண்களையும், முதுகெ-
லும்புள்ள திரைப்பட இயக்குனர்கள் யாராவது இருந்தால்,
உண்மையிலேயே தாய் குலத்திற்கு நன்மை புரிய விரும்-
பும் இயக்குனர்கள் இருந்தால்,திரைப்படத்தில் காட்டுங்கள்

தமிழ்ச் சமூகம் உருப்படும்.

தான் கட்டிய மனைவி மலடி என்றோ நடத்தை கெட்ட-வள் என்றோ காரணங்கள் கூறி, அவள் உயிருடன் இருக்-கும்போதே இன்னொரு பெண்ணை திருமணம் செய்து-கொள்ள அங்கீகாரம் கொடுக்கும் சமூகம், ஒரு பெண்ணுக்கு இதே காரணங்களால், மறுமணம் செய்து கொள்ள தடை-யாக உள்ளது. இப்படி பல பெண்களை பொய் சொல்லி மணமுடிக்கும் ஏமாற்றுக்காரர்களுக்கு தாலி துணையாக உள்ளது.

<u>இ குழந்தை திருமணத்திற்கு</u>

சிந்திக்கும் வயதை அடைந்த பெண்கள் மட்டுமல்ல, பெண்ணாக பிறந்துவிட்டால் சிறு குழந்தைகளும், பிள்ளை-களும் இந்த தாலி மேலுள்ள மடத்தனமான நம்பிக்கையால், அதாவது தாலி கட்டினாலே திருமணம் என்ற மடத்தனமான நம்பிக்கையால், வாழ்வைப் பறிகொடுத்த சீரழிந்து வருகி-றார்கள். தமிழ்நாட்டில் உள்ள ஒரு கிராமத்தில் நடந்துவரும் இக்கொடுமையை ஜூனியர் விகடன் பத்திரிகை உலகுக்கு அறிவித்தது.

அந்த கிராமத்தில் தூங்கிக் கொண்டிருக்கும் பெண் குழந்தைகளுக்கு தாலி கட்டி மனைவியாக்கி கொள்ளும் கொடுமை நடக்கிறது. அவ்வாறு குழந்தையின் கழுத்தில் தாலி கட்டியவன் இறந்துவிட்டால் குழந்தையாக இருந்தா-லும் இனி வாழ்க்கை முழுக்க விதவைதானாம். 'தாலி' என்-னும் பொருளின் மிக மிகக் கொடுமையான ஒரு பயன்-பாட்டை பார்த்தீர்களா? இருபத்தியோராம் நூற்றாண்டில், தமிழ்நாட்டில் இப்படி ஒரு கற்காலப்பண்பாடு நிலவுகிறது எனில், தமிழனுக்கு இதைவிட கேவலம் வேறென்ன இருக்க முடியும்? இந்த கொடுமையை ஒழிக்க தமிழினத் தலை-வர்கள் இல்லையா? சிந்திக்கும் திறன் அற்றுப் போய் விட்டதா? காசுக்கும் பதவிக்கும் தமிழ் சிந்தனையாளர்கள் விலை போய் விட்டனரா?

<u>முடிவாக</u>

"பொண்ணா பொறந்தா ஆம்பிளை கிட்ட கழுத்தை நீட்டிக்கணும் .. அவன் ஒன்னு ரெண்டு மூணு முடிச்சு போட்டா மாட்டிக்கணும்" போன்ற பாட்டுகளையும், 'தொட்டு தாலி கட்டின புருஷன் நான் உதைப்பேன் அடிப்பேன்' என்று வசனம் பேசும் நாயகர்களையும், "எப்ப என் கழுத்துல தாலி கட்ட போற " எனக் கேட்கும் நாயகி களையும், தமிழ் திரைப்படங்களில் அதிகம் காணலாம் ஏறத்தாழ திருமணம் எனும் வார்த்தைக்கு குறியீடாக தாலியை பயன்படுத்தி, இந்த திரைப்படத்துறையினர் திருமணம் என்றாலே தாலி, தாலி என்றால திருமணம் எனும் அளவுக்கு இரண்டையும் ஒன்றுபடுத்திவிட்டார்கள்.

நம் தமிழனும் இதைப்பார்த்து, என்னவோ உலகம் பூராவும் திருமணம் என்றால் தாலி கட்டித் தான் நடத்துவார்கள் எனும் அளவுக்கு மதிமயங்கி உள்ளான். இந்த நிலையில்தான், தாலி இல்லாமல் திருமணம் என்றால், அதுக்கு பேர் திருமணமா? என்று கேட்கும் அளவிற்கு சென்றுவிட்டான். திருமணத்தின் உண்மையான அர்த்தம் போய், அதில் வரும் சடங்கான தாலி கட்டுதல் முதன்மைப்படுத்தப்பட்டது. இது தற்செயலானதல்ல. தாலி பெண்கள் கழுத்தில் கட்டப்பட்டு, அவர் குடும்பத்திற்கு கூலியில்லா கொத்தடிமை ஆக்கப்படுவதற்கு, அடையாளமாக இருப்பதால் ஆணாதிக்கவாதிகள் தாலிக்கு அந்த அளவுக்கு மதிப்பு கொடுத்து திருமணம் என்றாலே தாலி என்று மாறி விட்டார்கள்.

உண்மையில் திருமணம் எனும் நிகழ்ச்சி ஆணும், பெண்ணும் ஒன்றாக இல்லறம் நடத்த துவங்குவதை சமுகத்திற்கு அறிவிக்கும் பணியைச் செய்கிறது. தாங்கள் கணவன்-மனைவி என்பதை ஊரார் அறிய வேண்டும்: அவர்களால் அங்கீகரிக்கப்பட வேண்டும் , என்பதில் விருப்பம் கொண்ட அந்த ஜோடியும் அவர்களது பெற்றோர்களும் இந்த திருமணத்தை அவர்களது வசதிக்கு ஏற்றவாறு நடத்துகிரார்கள். சிலர் தங்கள் உறவினர்கள் மட்டும் அறிய நடத்துவார்கள்; சிலர் ஊரார் அறிய நடத்துவார்கள்;பதவியில் அதிகாரத்தில்

உள்ளவர்கள், அந்த நாடு முழுவதும் அறிய நடத்துவார்கள்; இங்கிலாந்து நாட்டு இளவரசர் ஆக இருந்தால், உலகம் அறிய நடத்துவார்கள். எனவே எவ்வகையிலாவது அறி-விப்பது என்பது திருமண நிகழ்ச்சியின் மையமாக உள்ளது. அப்படி இல்லை எனில், அழைப்பிதழ், ஒலிபெருக்கிகள் எதற்கு? சுவரொட்டிகள் எதற்கு? இவையெல்லாம் இல்லா-மல் இருந்தால் உங்கள் ஊர் திருமணம் கூட உங்களுக்கு தெரியாது. திருமணத்தின் சிறப்பு அது ஒரு சமூக நிகழ்ச்சி என்பதில் தான் உள்ளதே தவிர, தாலி கட்டுவதில் இல்லை என்பதை உணர வேண்டும்.

திருமண நாளின் உண்மையான நோக்கத்திற்கும், தாலி கட்டுவதால் விளைவுகளுக்கும் எந்த தொடர்பும் இல்லை. அன்றி அது தேவையே இல்லை. சுருக்கமாக சொன்னால் இன்று உள்ள சமூகத்தில், தாலி என்பது பெண்களை இழி-வுபடுத்தும் காரியத்தை வாழ்நாள் முழுவதும் செய்கிறதே தவிர திருமண நாளில் அதற்கு எந்த சிறப்பும் இல்லை.

இருவரும் ஒருவரை ஒருவர் வாழ்க்கை துணையாக ஏற்றுக் கொள்கிறார்கள் என்பதை, அந்நாளில் ஒருவருக்கு ஒருவர் மேடையில் மாலை மாற்றி கொள்வதன் மூலம் அறி-வித்தால் போதும். மக்கள் புரிந்துகொள்வார்கள் மறந்துவிட-வும் மாட்டார்கள்.

எனவே தாலி கட்டி திருமணம் முடிப்பவர்கள், தாங்கள் கட்டும் தாலி 'இல்லறம் தொடங்குவதாக' அறிவிக்கவில்லை. மாறாக 'பெண்கள் ஆணுக்கு சமமல்ல' என்பதை அறி-விக்கிறது என உணரவேண்டும். பெண்ணும் ஆணும் சமம் என நினைப்பவர்கள் திருமணம் என்றாலே "தாலி" என்ற திரைப்படத் துறையினரின் மாயையை கைவிடவேண்டும்; தாலியை விட்டு, பெற்றோரின் ஊராரின் வாழ்த்துக்களோடு இல்லறம் தொடங்கும் இளைஞர்களை வாழ்த்தி, அதுவும் திருமணம்தான் என்பதை அங்கீகரிக்க வேண்டும்.

@@@@@@@@@@@